This book belongs to

· · ·

Thank you for purchasing and reading my book. I am extremely grateful and hope you enjoy the book. Please consider sharing it with your friends or family and leaving a review online.

Your feedback and support are always appreciated. It allows me to continue doing what I love and providing more bilingual resources for children.

If you have any question, please email me at
info@mandarinprodigies.com
Thank you!

Kristin Yu

cháng

长

long

cháng jǐng lù yǒu cháng cháng de bó zi

长颈鹿有长长的脖子。

Giraffe has a long neck.

mián yáng yǒu duǎn duǎn de bó zi

绵羊有短短的脖子。

Sheep has a short neck.

duǎn

短

short

duō

多

lù xī jiā de yú gāng lǐ yú hěn duō

露西家的鱼缸里鱼很多。

There are many fish in Lucy's fish tank.

many

shǎo
少
few

ài mǎ jiā de yú gāng lǐ yú hěn shǎo
艾玛家的鱼缸里鱼很少。

There are a few fish in Emma's fish tank.

bái   tiān

白天

day

bái tiān
白天，

mā ma qù shàng bān
妈妈去上班。

Mum goes to work during the day.

hēi yè

黑夜，

mā ma gěi wǒ dú gù shì shū

妈妈给我读故事书。

Mum reads me a story book at night.

hēi yè

黑夜

night

dà

大

big

yì zhī dà xiàng zài hē shuǐ
一只大象在喝水。

A big elephant is drinking water.

yì zhī xiǎo niǎo

一只小鸟

zài shù shang chàng gē

在 树 上 唱 歌 。

A small bird is singing in the tree.

xiǎo

小

small

kuài

快

quick

tù zi tiào de kuài

兔子跳得快。

The rabbit hops fast.

màn

慢

slow

wū guī zǒu de màn

乌龟走得慢。

The tortoise walks slowly.

shàng

上

on top

lì li jiā de māo

丽丽家的猫

xǐ huān zuò zài zhuō zi shàng

喜欢坐在桌子上。

Lili's cat likes to sit on top of the table.

xià

下

below

ài mǐ jiā de māo
艾米家的猫
xǐ huān dāi zài zhuō zi xià
喜欢待在桌子下。

Amy's cat likes to stay below the table.

kū

哭

cry

bǎo bao xǐng lái hòu kū le

宝宝醒来后哭了。

The baby wakes up and cries.

guān

关

close

mén guān le
门关了。

The door is closed.

zhòng

重

heavy

xiǎo zhū hěn zhòng

小猪很重。

The pig is heavy.

qīng

轻

light

yǔ máo hěn qīng

羽毛很轻。

The feather is light.

pàng

胖

fat

xiāng pū xuǎn shǒu hěn pàng
相 扑 选 手 很 胖。

Sumo wrestler is fat.

shòu

迈 克 很 瘦 。
mài kè hěn shòu

瘦

skinny

Mike is skinny.

gāo

高

tall

lán qiú yùn dòng yuán hěn gāo
篮球运动员很高。

Basketball player is tall.

mǎ lì hěn ǎi

玛丽很矮。

Mary is short.

ǎi

矮

short

hòu

厚

thick

zài chá jī shàng

在茶几上

yǒu yì běn hòu hòu de shū

有一本厚厚的书。

There is a thick book on the coffee table.

báo

薄

thin

wǒ zài dú yì běn báo de shū

我在读一本薄的书。

I am reading a thin book.

zhàn

站

stand

yǒu sì gè rén zhàn zài gōng
有四个人站在公
jiāo zhàn tái shàng
交站台上。

Four people are standing at the bus stop.

lǐ

里

inside

yì zhī wán jù xióng
一只玩具熊
zài xiāng zi de lǐ miàn
在箱子的里面。

A teddy bear is inside the box.

wài

外

outside

yì zhī wán jù xióng

一只玩具熊

zài xiāng zi　de　wài miàn

在箱子的外面。

A teddy bear is outside the box.

lái

来

come

péng you lái wǒ men jiā chī fàn

朋友来我们家吃饭。

Friends come to our house for dinner.

qù

有时候
我们出去吃饭。

yǒu shí hòu
有时候
wǒ men chū qù chī fàn
我们出去吃饭。

去

go

Sometimes we go out for dinner.